உரிமைக்கு குரல்கொடு

தொகுப்பாசிரியர் ரேவதி ஸ்ரீதர்

உரிமைக்கு குரல்கொடு
கவிதை தொகுப்பு
தொகுப்பாசிரியர் ரேவதி ஸ்ரீதர்©
முதல் பதிப்பு : ஜூன் 2022
வெளியீடு : ஏலே பதிப்பகம்
5/175, பாத்திமா நகர், கூத்தென்குழி,
திருநெல்வேலி - 627104
தொடர்புக்கு : +91 9944992571

URIMAIKKU KURAL KODU
Poetry
by REVATHISRIDHAR ©
First Edition : June 2022
Pages:84
ISBN : 978-93-5533-377-3
Aelay Publish
Contact : +91 9944992571
Designed by : Aelay publish team

அகவுரை

கவித்தென்றல். ரேவதி ஸ்ரீதர்
M.A.,DFT.,CLIS.,DCA.,
(குமரி தமிழி)
ஒலி எழுப்புத் தோழமை
சேலம் மற்றும் கள்ளக்குறிச்சி

அன்புடையீர் வணக்கம்...

' விண்ணுக்கும் மண்ணுக்கும்
நிரந்திரம் இல்லாத
உயிராய் பிறந்த
மானிட உரிமைக்கான கவி குரல்கள் .....'

கவிகளை சுவாசம் செய்து தமிழுக்கு அழகு சேர்க்கும் வகையிலும், வரிகளுக்கு உயிராய் உரிமைக்காக குரல் கொடுத்திருக்கின்றோம். இந்நூலில் ஆணுக்கும் பெண்ணுக்குமான உரிமை, தமிழுக்கு கிடைக்க

வேண்டுமென்ற எழுச்சி, மானிட வாழ்வில் தான் என்ற அடையாள முயற்சி, நகைச்சுவை நயத்தோடு அறக்கருத்துக்கள், நூலில் வாழ்ந்த சிறப்புகளை மலரிடம் அழகு, விவாசயம், சமுதாயம், கலாச்சாரம் என்று பற்பல எண்ணங்களில் கல்வெட்டில் பொறிப்பதற்கு சிறப்பான கவிகளை 'தன் உரிமைக்கு குரல் கொடு' என்ற நூலில் வைத்துள்ளார்கள் கவிஞர்கள்.

இந்நூலினை தொகுப்பதில் குமரி தமிழியாகிய யாம் மட்டுமல்லாமல் ஒலி எழுப்புத் தோழமையில் பயணித்து வருகின்ற அனைவரும் மகிழ்கின்றோம்.

என்றும்

கவிதென்றல். ரேவதிஸ்ரீதர்
ஒலி எழுப்புத் தோழமை

வாழ்த்துரை

திருமதி.அ.வாசுகிசிவக்குமார்
தேசிய நல்லாசிரியர்
கவுந்தப்பாடி

உரிமை என்பது மனிதர்களுக்கு மட்டுமல்ல உலகில் வாழும் அனைத்து உயிரினங்களுக்கும் ஏன்? வானம் தொட்டு பூமி முடிய அனைத்து இயற்கைக்கும் உண்டு. ஆம்! நீர் மழையாக உரிமை எடுத்துக்கொள்கிறது. சூரியனிடமிருந்து நிலா உரிமை எடுத்துக்கொண்டு ஒளியை பெற்று வழங்குகிறது. தேனீ பூவிடம் உரிமை கொண்டு தேனை எடுத்துக்கொள்கிறது...

இப்படி சொல்லிக்கொண்டே போகலாம்

உரிமை எடுத்துக்கொண்ட உலகராசிகள் தற்சமயம் உரிமை கொடு என்ற நிலைக்கு தள்ளப்பட்டுள்ளது. இதற்கு காரணகர்த்தா யார்? பற்றாக்குறையா? பதுக்களா? மனிதனின் சுயநலமா? சிந்தனைகளை

ஆழமாக்கி உருவாகியதுதானோ "உரிமைக்கு குரல் கொடு கவிதைகளின் தொகுப்பு.

வேண்டும் வேண்டும் உரிமை வேண்டும் போராடு நீ மனிதன் என்றால் தீமையைச் சாய்ப்பாய் வேரோடு போன்ற கவிதை வரிகள் உணர்வுகளை ஊக்கப்படுத்துகிறது.

கவிதைகள் புதிய புதிய சொற்களை கொண்டு படைக்கப்பட்டுள்ளதை காணமுடிகிறது. சிறப்பு

"தன் உரிமைக்கு குரல் கொடு" தலைப்பில் உருவான கவிதைகளின் தொகுப்பு மனதில் நல்லெண்ணத்தையும், மதநல்லிணக்கத்தையும் உருவாக்கி வருங்கால உலகம் உரிமையுடன் வாழ்வதற்கு வழிகாட்டியாக அமையப் போகிறது என்பதில் எள்ளளவும் சந்தேகமில்லை. இக்கவிதை தொகுப்பை வெளிக்கொணரும் ரேவதி ஸ்ரீ அவர்களுக்கு எனது மனமார்ந்த பாராட்டுக்கள். அவரை எல்லாம் வல்ல இறைவன் அருள் புரிவாராக!

அன்புடன்

அ.வாசுகிசிவக்குமார்
தேசிய நல்லாசிரியர்
கவுந்தப்பாடி

வாழ்த்துரை

பேராசிரியர் முனைவர். வை.வாசுதேவன்
M.A.,B.Ed.,M.Phil.,P.hd.,P.G.,DJMC
(புனைப்பெயர்: மண்ணை வாசு)

உதவிப் பேராசிரியர் - தமிழ்த்துறை
அரசு கலை மற்றும் அறிவியல் கல்லூரி
நவலூர் குட்டப்பட்டு, தருவரங்கம்
திருச்சி

'என்னை நன்றாக இறைவன் படைத்தனன்
தன்னை நன்றாக தமிழ் செய்யு மாறே'

பெருமைமிகு திருமதி. ரேவதி ஸ்ரீ புனைப்பெயர் குமரி தமிழி அவர்கள் இந்நூலுக்கு ஒரு வாழ்த்துரை வழங்க வேண்டும் என்று கேட்ட பொழுது நான் மகிழ்ச்சியடைந்தேன். அவர் சிறந்த பேச்சாளர் உண்மையான ஆன்மீக உணர்வுடன் கூடிய சிந்தனையாளர் தமிழ் இலக்கியத்தில் உள்ள எந்தப் பொருள் பற்றியும் நன்கு தடையற்ற நிலையில்

கேட்பவருக்கு திகட்டாத வண்ணம் அவர் இயற்றி வெளியிட உள்ள 'தன் உரிமைக்கு குரல் கொடு' என்ற தலைப்பில் கவிதைத் தொகுப்பு புத்தகம் வெளிவர என் மனமார்ந்த வாழ்த்துக்கள்.

இந்த கவிதை புத்தகம் முழுக்க முழுக்க தன் உரிமையை வெளிப்படுத்துவதாகவே அமைந்துள்ளன. எனவே உங்கள் புத்தகத்தின் நோக்கம் மாணவர்களுக்கும், இலக்கிய, கவிதை ஆர்வலர்களுக்கும் பயனளிக்கும் நூல் ஆசிரியர்களின் முயற்சிக்கும் பாராட்டுக்கள்.

மேலும் இந்த எழுத்தாளர்களின் எழுத்துப் பணியும் ஐம்பது கவிஞர்களின் கவிதை இயற்றும் பணியும் தொடர என் நல்லாசிகள்.

அவரும் அவர்களின் குடும்பத்தாரும் எல்லா நன்மைகளும் பெற்று உயர்ந்து வாழ்ந்திட மேலும் பல நூல்களை வழங்கி தமிழுக்கும் தமிழருக்கும் பெருமை சேர்க்க வாழ்த்துக்கள்.

அன்புடன்

பேராசிரியர் முனைவர் வை.வாசுதேவன்

தன் உரிமைக்கு குரல் கொடு

சட்டம் என்பது வானில் இருந்து வந்தல்ல...

நமக்கு நாமே உருவாக்கிக் கொண்டது தான் சட்டம்...

குரல் கொடு

உன் உரிமைக்கு குரல் கொடு...

நண்பனே...

நிமிர்ந்து நில்

பயம் கொள்ளாதே

வானம் வழி கொடுக்கும்

காற்றோடு நடைப்பழகு

பூக்களோடு சிரித்து பேசு

தென்றலோடு நடைபோடு

மரங்களோடு கைகோரு

பறவைகள் மீது பாசம் கொள்

பகையை கடந்து செல்

கண்ணெதிரே நடக்கும்

தவறை தட்டிக் கேள்...

உரிமைக்குரல் எழுப்பு

உரிமையை உணர வை

சட்டம் உன் கையில்

புத்திசாலியாய் இரு

நதி போல் ஓடிக் கொண்டே இரு

குளம் போல் தேங்கி நின்று விடாதே

ஆணும் பெண்ணும் சமம்

ஆணவம் அகற்று

சாதி மாற்று, அரசியல் தேடு

ரௌத்திரம் பழகு...

தீமைக்கும் நன்மை செய்

உன் உரிமையை இழந்து விடாதே

போராடு, தோற்றாலும் நின்று விடாதே

எழுந்து ஓடு மாறும் வரை...

இளங்கம்பன்
ர.ரமேஷ், திருப்பூர்

அதிகாரம் என்னும்
ஆயுதத்தை நீ யெடுத்து
இன்னல்கள் பல புரிந்து
ஈகையென்னும் பண்பை மறக்காதே
உலகமே உன் உறவு என்று
ஊக்கம் கொள்
எண்ணமெல்லாம் உந்தன்
ஏணிப்படிக்கட்டே - இதில்
ஐயம் ஏதும் இல்லை மனிதா
ஒற்றுமையென்னும் மந்திரத்தை நீ
ஓதி அனுதினமும் நம்
ஒளவையின் அறநெறியில் நின்று
அஃகியம் பேசேல்
திரும்பும் திசையெல்லாம்
உந்தன் திசைகளே - புவியில்
உதித்த உயிரெல்லாம்
உயிர்களே என்ற உணர்வோடு
தன் உரிமையென்னும்
குரல் கொடுத்து உயர்த்துவோம்
உயர்வு தாழ்வு எல்லாம்

பிறர் பார்க்கும் பார்வையில் தானே ஒழிய
நமக்கு இல்லையென்று
குரல் கொடுப்போம் வாரீர்
உலகென்னும் உருண்டை உருவான போதே
உரிமையென்னும் குரல் ஒலித்தது
ஆதிமனிதனாக இருந்தபோதே
உலகமே உன் கையில் என்று

உலா வந்தாய் - இன்று

உலகமே உன் கையில் இருந்தாலும்
உரிமையெங்கே என்று
குரல்கொடுக்கத் தோன்றுகிறது
எம்மொழியாம் தமிழ் மொழியின்
உயிரும் மெய்யும் போல்
படைக்கப்பட்ட ஒவ்வொரு உயிருக்கும்
குரல் கொடுப்போம்
தள்ளியாரையும் வைக்காமல்
தரணியில் தடம் பதிக்க செய்வோம்
தன் உரிமைக்காய்
குரல் கொடுப்போம்

உ.ரேவதி, செய்யாறு

கருவில் உருவாகும் உயிரணுவில் தொடங்குகிறது
தன் உரிமைக் குரல்
மூவிரண்டு மாதத்தில்
எட்டி எட்டி உதைக்கையில்
தாய்க்கு கேட்டும் தன் சேயின் உரிமைக்குரல்...
பனிக்குடம் உடைந்து
பாசமாய் பிறந்து அழுகையிலே கேட்கும்
தன் அறிமுக உரிமைக் குரல்
தவழும் வயதிலே
தாயின் மடியிலே பீறிட்டு கேட்டும்
தன் பசியின் உரிமைக்குரல்
பள்ளி பருவத்தில்
படிக்க செல்கையில் அ ஆ வில் ஆரம்பமாகிறது
தன் கல்வி உரிமைக்குரல்
வாலிப வயதில் வஞ்சியின் பார்வையால்
ஹார்மோனின் கலகத்தில் கண்டவுடன் ஒலிக்கிறது
தன் காதல் உரிமைக்குரல்
தன் உரிமைக் குரலானது...

காதலே முடிக்கிறது...
கவிஞர்களாய் சிலர்
கல்லறையில் பலர்
வெற்றியில் பலர்
வேதனையில் சிலர்
அறிஞர்களாய் சிலர்
அலுவலராய் பலர்
இக்குரல் ஒலிக்காத இதயம்
இந்த பூமியில் உண்டோ?

பெ.சிவகுமார்

புத்தூர், சேலம் மாவட்டம்

எந்நிலை வந்தாலும்
உன்நிலை மாறாமல்
முன்னிலை வகுத்து- நீ மனிதா
தன் உரிமைக்கு குரல் கொடு
எண்ணியது வெற்றிபெற
திண்ணிய மனதுடன்
கண்ணியமாக நீ
தன் உரிமைக்கு குரல் கொடு
பகை வந்தாலும் சரி
பழிவந்தாலும் சரி
உண்மைக்கு வழிவிட்டு நீ
தன் உரிமைக்கு குரல் கொடு
வஞ்சனை மனதுடன்
நயவஞ்சகர் சூழ்ந்தாலும்
அஞ்சாமல் நீ
தன் உரிமைக்கு குரல் கொடு
சேறு நிலத்தில்
ஏறு பூட்டி அனைவருக்கும்
சோறு போடும் உழவனே! நீ
உன் உரிமைக்கு குரல் கொடு
கடமை தவறி
கட்சி மாறும் மனிதரிடம்

அச்சமில்லாமல் மனிதா
உன் உரிமைக்கு குரல் கொடு
பசியோடு இருப்பினும்
வசையோடு இல்லாமல் வாழ மனிதா நீ
உன் உரிமைக்கு குரல் கொடு
அன்புக்கு உன்னை கொடு
ஆஸ்திக்கு உழைப்பைக் கொடு
இனிமைக்கு விட்டு கொடு
ஈகைக்கு முதன்மைகொடு
உண்மைக்கு உயிரை கொடு
ஊக்கத்திற்கு பரிசு கொடு
எளிமைக்கு மதிப்பு கொடு
ஏற்றத்திற்கு வழியை கொடு
ஐயத்திற்கு ஐயம் கொடு
ஒற்றுமைக்கு ஒளி கொடு
ஓடம் போல் தியாகம் கொடு
ஔவைபோல் அறிவை கொடு
உன் உரிமைக்கு நீ குரல் கொடு
எந்நிலை வந்தாலும்
உன்நிலை மாறாமல்
உன் உரிமைக்கு குரல் கொடு மனிதா
உன் உரிமைக்கு குரல் கொடு

திருமதி. ர.கண்ணகி

செய்யாறு

உரிமையும் கடமையும்

ஒரு கையின் இரு விரல்கள்!

பாரதி கூறிய வேடிக்கை மனிதர்கள்

நிறைந்த காலம்!

உரிமைக்கு குரல் கொடுப்போம்

கடமைக்குக் காலம் தாழ்த்துவோம்!

குரல் கொடுக்க வேண்டியது

தனது உரிமைக்கு மாத்திரம் அல்ல

மற்றவர் உரிமைக்கும் சேர்த்தே!

முதலில் கடமை

அடுத்தது உரிமை! - அதுவே

சமுதாயம் சிறக்க வழி

நாடு நலமுற நல்ல வழி!

உரிமைக்கு குரல் எழுப்பாவிடில்

திறமைக்கு பயன் கிடைக்காத காலம்!

வறுமை வாட்டும் காலம்!

திறமைசாலிகள் வேதனையுறும் நேரம்!

திறமையற்றவர்கள் குரல் தந்து

பயனடையும் காலம்!

வேடிக்கை மனிதர்க்கு

உரிமையைக் கோறி பயன் பெறும் நேரம்!

விடுவோம் அப்பழக்கத்தை கடமை புரிவோம்

தன் உரிமைக்கு குரல் கொடுப்போம்!

கடமையும் உரிமையும் ஒன்றென்போம்

மடமையை வெறுமையை ஒழித்திடுவோம்!

தமிழன்னை மகிழ்ந்திடுவாள்

தமிழன்னை வாழ்த்திடுவாள்!

தமிழகம் உயர்வு பெறும்

தமிழினம் தலை நிமிரும்!

தன் உரிமைக்கு குரல் கொடு!

முனைவர் என் வி.சுப்பராமன்
சென்னை

மனித உரிமைகள் இருந்தும் கேட்காமலே
மனதோடு நிறுத்திக் கொள்கிறோமே ஏன்!
வியர்வை சிந்தி உழைக்கும்
தொழிலாளர்களின் ஊதியம் கிடைக்க
குரல் கொடுப்போம் ....
வறுமையில் தத்தளிக்கும்
ஏழை எளிய மக்களுக்காக
உரிமைக்குரல் கொடுப்போம்
விவசாயின் வாழ்வில் வெளிச்சம் ஏற்றி
வாழ்வு செழிக்க
உரிமைக்குரல் கொடுப்போம்
விவசாயி நாட்டின் முதுகெலும்பு
அவர்களது வாழ்வில் கண்ணீர்
இல்லாமல் பார்ப்போம்.........
படித்த இளைஞர்கள்
வேலை வாய்ப்பு இல்லாமல் இருக்க
வீட்டுக்கொரு இளைஞனுக்கு
வேலை வாய்ப்பை உருவாக்க
குரல் கொடுப்போம்............
உண்மையும் நேர்மையும்
விலை உயர்ந்த பரிசு

அஞ்சா நெஞ்சம் கொண்டு
உலகில் வாழ தன் உரிமைக்காக
தலை நிமிர்ந்து நிற்போம்
நாம் செல்லும் பாதை நேரானால்
நாம் யாருக்கும் அஞ்ச வேண்டாம்..........
தவறு செய்யும் மனிதனைப் பார்த்தால்
தவறாக பேச வேண்டாம்
தவறைத் திருத்தி அவனுக்காக மீண்டும்
குரல் கொடுப்போம்
உரிமை அனைவருக்கும் சமமானதே
நாளைய உலகின் விடிவெள்ளி
இளைய தலைமுறை நட்சத்திரமாய் மின்ன
உரிமைக்கு குரல் கொடுப்போம்.............
இளைய சமுதாயமே
விழித்தெழு உன்னாலே
நாடு வல்லரசு ஆகுமே
கலாம் கண்ட கனவோடு.............

ம.செ.அ.பாமிலா பேகம்
நாகர்கோவில்

கொளுத்தும் வெயிலில்
உழைத்து களைத்த
உடலுக்கு உற்ற ஊதியம் வழங்கிட
குரல் கொடுப்போம்...

ஆணுக்கொரு சட்டம்
பெண்ணுக்கு சட்டம் என்று
பேரம் பேசும் இடத்தினிலே
உரிமை குரல் கொடு...

தட்டி கேட்க ஆளில்லாமல்
அநீதி இழைக்கப்பட்ட பெண்ணினம் பேண
உரிமை குரல் கொடு...

படிப்பறிவில்லா பாமரனை பயன்படுத்தும்
பாதகச் செயலில் இருந்து மீண்டு வர
உரிமை குரல் கொடு...

ஓடாய் தேய்ந்து வியர்வை சிந்தி
உழைத்து உத்தமமாக வளர்த்திட்ட
தாய் தந்தையை வயது முதிர்ந்த காலத்தில்
கேட்பாரற்று வீதியில் விரட்டப்பட்டால் அதனை
எதிர்த்து குரல் கொடு....

குழந்தைகளை கொத்தடிமைகளாக்கி
கோடி சேர்ப்பவனை

எதிர்த்து குரல் கொடு.....

பயமின்றி பாதகச் செயல்களை துணிந்து

அரங்கேற்றுபவனை

எதிர்த்து குரல் கொடு....

தனக்கான கொடுமைகளுக்கு

நீதி நியாயம் கேட்டு போராடும்

மானுடருக்காய் உரிமை குரல் கொடு...

பாரதி கண்ட கனவெல்லாம்

பாரினில் நனவாகிட வாய்ப்பூட்டு போட்டிங்கு -

வேடிக்கை பாராமல் உரிமைக்காய் ஓங்கி குரல்

எழுப்பு........

ம. சாந்தி, நாகர்கோவில்

பிறப்பதும் உரிமையே
வாழ்வதும் உரிமையே
தன் உரிமைக்கு குரல் கொடுப்பது முதன்மையே
உணவு உடை இருப்பிடம் மூன்றுமே அனைவருக்கும்
கிடைப்பது அடிப்படை உரிமையே
தன் குறை நீங்க குரல் கொடுப்பது அவசியமே
பிறர் நலம் பேண போராடுவதும் நியாயமே
தனக்கென கல்வியறிவு கிடைத்திட
தன்னை பராமரிப்பதில் நிறைவு ஏற்பட்டிட
தன்னைச்சுற்றி சுகாதாரம் அமைந்திட
தன்மானத்திற்கு இழிவு நேரிடாமலிருக்க
தன் உரிமைக்கு குரல் கொடு
சுதந்திரமாய் வாழ பிறந்தோம் மண்ணிலே
அடிமைத் தனங்களைத் தகர்த்தெறிய
ஒன்றிணைந்து தன் உரிமைக்கு குரல் கொடு
ஆண் பெண் சமத்துவம் அனைத்திலும் பெற்றிட
எல்லோரும் சமம் என்ற உணர்வில் செயல்பட
தன் உரிமைக்கு குரல் கொடு
வீட்டில் தொடங்கி நாடு வரையும்
வேலைவாய்ப்புக்காகவும் சேவை செய்வதிலும்
பிறர்பணி புரிவதிலும்
தன் எதிர்கால வாழ்வை தேர்ந்தெடுப்பதிலும்

எல்லோருக்கும் எல்லாம் கிடைத்திட
தன் உரிமைக்கு குரல் கொடு
தன் உரிமைக்குப் போராடுபவனே
பிறரின் தேவையை உணர்வானே
நாடு மேம்பட உழைப்பானே
சமுதாய நலம் காத்திடுவானே
எனவே தன் உரிமைக்காக குரல் கொடு
ஆம் தன் உரிமைக்காக குரல் கொடு

ஆசிரியை ஈவான் ரூபி பாய், மதுரை

பிறப்பால் ஏற்றத் தாழ்வு இல்லை
இரத்தத்தால் ஏற்றத் தாழ்வு இல்லை
பின்பு எங்கிறிந்தது - எனது
உரிமையை பறிக்கும்
படுபாதகச் செயலான தீயவை என்னும் தீண்டாமை
அறிவால் உயர்ந்தோர் தானே உண்டு
அரவணைப்பால் அன்னை ஆனோர் தானே உண்டு
எதனைக் கண்டு இத்துனைத் துயரம்
கொடுத்துப் பாருங்கள் அரவணைத்துப் பாருங்கள்
வாழும் வாழ்வின் அர்த்தங்கள் விளங்கும்

கேட்டுப் பெருவதா உரிமைகள்?

இயற்கை அன்னையால் வழங்கப்படும்
கொடைகளைப்போல்
இடர்பாடுகளற்ற
இனிமை சேர்க்கின்ற உரிமைகளே
உயர்ந்ததும்
உகந்ததும் மனம் நிறைந்ததுமாகும்
உறவுகளோடும்
உணர்வுகளோடும்
உரிமைகளோடும்
உயர்வாய் வாழ்வோம்

அமுதகவி
அ சையது அபுதாஹிர் பள்ளப்பட்டி

அகிலத்தில் புட்டுக்கு
ஆண்டவனே தொழிலாளி ஆனபோது
ஆணோடு பெண்ணும்
ஆகாயத்தில்
பறக்கையிலே
ஆண்டவனின் படைப்பில்
அனைவரும் ஒன்றென்று
சமத்துவ இனத்திற்கு
தன் உரிமைக்கு குரல்கொடு
உயர்ந்தோர்
தாழ்ந்தோர்
வேறுபாடு அற்று
கீழ்சாதி மேல்சாதி
சாதிமதம் அற்று
இட்டார் பெரியோர்
இடாதோர் இழிகுலத்தோர்
ஒளவையார் கூற்றுக்கு
செவிமடு சாய்த்து
சமத்துவ சாதியின்
தன் உரிமைக்கு குரல்கொடு

சமத்துவக் கல்வி
சட்டத்தில்
உள்ளதென்று
சந்துக்கு சந்து
சப்த ஒலி கோழமிட்டு
அடித்தட்டு மக்களின்
ஆரம்பக் கல்விக்கு
அல்லாடும் நிலையினை வேரோடு அறுத்திட
சமத்துவ கல்வியின்
தன் உரிமைக்கு குரல் கொடு
சாதி என்ற தீயில் வெந்து
சண்டை என்ற புகையினால் கருகி
சச்சரவினால் பிணமாக
குவியும் நிலை நீங்கிட
சமத்துவ சாதியின்
தன் உரிமைக்கு குரல் கொடு
ஒன்றே குலமும்
அன்பே சிவமும்
அல்லாஹ§ அக்பரும்
ஆண்டவரின் மகிமையும்
நாம சங்கீர்த்தமாய்
நாவில் ஜெபித்திடவே
நல்லாட்சி நளினத்தால்
நாட்டவரை நலப்படுத்தி

தப்பேதும் இல்லாமல் முப்பாலின்
வழியில் நின்று
சமத்துவ ஆட்சி
சரிசமமாய் நடைபெற
சமஆட்சியின்
சமத்துவத்தின்
தன் உரிமைக்கு குரல்கொடு

தி.ஹேமலதா

சிதம்பரம்

கருவறையில் கிடைத்த..!!
சுதந்திரம் மீண்டும்..
கல்லறையில் மட்டுமே..
கலங்கி கிடக்கு..!!
பெண் சுதந்திரம்..!!
என்ற வாதம் - பேசி பேசி..
தீர்ந்து போகின்றன..!!
இலக்கியங்களிலும்
இதிகாசங்களிலும்..
இருண்டு கிடக்கின்றன..
பெண் தெய்வங்கள்..!!
பாலியலை கடக்க..!!
வழியின்றி பாதியில்..
மரித்து விழுகின்றன..
பூவைகளின் கல்வி..!!
அரசியல் முதல் அடுக்கலை வரை..
ஆண் ஆளுமையில் அகதியாய் அரிவைகள்.!!
உடுத்தும் உடையில், உன்னும் உணவில்..
உறங்கும் நிலை கூட..

உத்தரவிலே உத்தேசமாகிறது..!!

பெண் உரிமை..!!

பிச்சையிடும் எச்சையல்ல..

பேதமை பார்த்திடாத..

உணர்வின் உன்னதம்..!!

உண்மைகள் ஊமைகளின்..!!

கனவுகளாகவே காலத்தின்..

கரைகளை தேடியே..

கரைந்து போகின்றன..!!

வாய் மூடி கை கட்டி..!!

யாசகம் கேட்கவில்லை..

மோசமாகி போயின..

சமூகத்தின் பார்வையை..

தீயிட்டு தீட்சிட விழித்திடு..!!

உரக்க குரல் கொடு..!!

உடைந்து விழும் பிம்பங்களில்..

உனதானதை உனக்கு..

உடையதாக உயர்த்திகாட்டு..

உன் உரிமை உனதானதாக..!!

வீழ்ந்தது போதும்..!!

விழுந்ததும் போதும்..

வீர் கொண்டு எழுந்து..

நடை போடு..!!

விண்ணையும் மண்ணையும்..!!

வெல்லும் அதிகாரம்..

திறன்கொண்டு தீமையை..

தீயிட்டு ஒழித்திடும் தீட்சையாகு..!!

பாரதி கண்ட..!!

புதுமை பெண்ணும் வேண்டாம்...

பாரதம் மெச்சும்..

பதுமை பெண்ணும் வேண்டாம்..!!

உன் சுயசரித்திரத்தில்..!!

முதல் உரையும்..

முடிவு உரையும்..

சுயம்பாக நீ அரங்கேற்றிடு..!!

அரிதாரம் பூசாத..!!

அவத்தார காரிகையாக..

உரிமையின் சட்டத்தில்..

முத்திரை பதித்திடும்..!!

பெண்ணெனும் பேரினத்தின் ஒருத்தியான..

கவிச்சாரல் வாணிலா அழகன்
வைத்தீஸ்வரன்கோயில்

உரிமை எனும் உயிர்களுக்கு

உணர்வு கொடுப்பது

மனிதனின் கடமை

என்ன உரிமை இவ்வாழ்வில்

இந்நாட்டில் போற்றப்படும்

பெண்மைத் தூற்றப்படுகிறது

வீட்டில் நாட்டப்பட வேண்டிய

கொடிகள் எல்லாம் நாகரீகம் என்ற பெயரில்

முடங்கிக் கிடக்குதையா - குப்பைமேட்டில்

சுதந்திரம் என்னும் சுடரை தந்துவிட்டு

உரிமை என்னும் உணர்வுகளை

உளி கொண்டு உடைக்கும் மனித இனம்

இது இப்படியே போய்க் கொண்டிருந்தால்

நாம் முன்னேறும் காலம் தான் எது

ஒற்றுமை இல்லாத நாடும்

நீரில்லாத காடும் ஒன்று

மனிதா உன் உரிமைகளை கேட்க வேண்டிய இடத்தில்

நீ கேட்பதே நன்று

வீழ்ச்சியும் சூழ்ச்சியும் ஆடும்போது

எங்கே போனது மக்களின் உரிமை

உரிமை என்பது உன் உயிர் கூட்டுக்கு மட்டுமல்ல

நம் உயிர் போல் ஆளும் நாட்டுக்கும்

கலை கொடுத்து கட்டும் காகிதத்திற்கு

நீ விலை அடிமாடாய் போவது ஏன் உரிமையை விற்க

நீ எப்போது தான் மனித உரிமையின் உயர்வுகளை

நீ கற்க வேதனை கொள்கிறது மனம்

உங்களை நிர்ணயம் செய்கிறது பணம்

உரிமை என்பது ஒரு வார்த்தை அல்ல

நம் வாழ்க்கை உரையிடு விழுதாய்

துளிர்விடும் பயிராய் பயின்றிடு முறையாய்...

கவிஞர். மு.ரம்ஜான்

அருப்புக்கோட்டை

மயிலிறகாய் மனம் வருடும் பெண்மையே
விழுதை தாங்கி குடையாய் நிழல் விரித்திடுவாளே
வலிகளில் கண்ணீர் சிந்தினாலும்
மனம் தளராத இரும்பு பெண்மணியே
ஆண்டாண்டு காலமாய்
அடிமைபட்டு கிடக்கின்றாயடி
அவளுக்கென்று தனிப்பட்ட உணர்வுகள் இல்லையோ
அறிவை கற்றுத் தரும் கல்வியை தேர்ந்தெடுக்கும்
உரிமையில்லையே
அழகை சுமக்கும் ஆடைகளை
தேர்வு செய்ய உரிமையில்லையே
வயதான காலத்திலும் மகன்களுக்கென்றே வாழ்வாளே
சந்தர்ப்பமதிலும் பிறரை சார்ந்து வாழ்கிறாளே
இந்த பெண்மையும்
அவளுக்கென தனிப்பட்ட வாழ்வை என்று
வாழ்வாயடி பெண்ணே
போதுமடி கண்ணே மற்றவர்களுக்கான உன் வாழ்வு
சிட்டுக்குருவியின் சிறகை விரித்து பறந்திடடி கிளியே
உன் உரிமைக்கு நீயே குரல் கொடடி பெண்ணே
சிதையிலிருந்து எழுந்தாலும் சிந்தனைக்கு
அப்பாற்பட்டவளடி
சிங்கத்தின் கர்ஜனையின் குரலாய் கம்பீரமாய்
ஓங்கி ஒலிக்கட்டுமடி பெண்ணே

சு.ரமா

தம்மம்பட்டி, சேலம் மாவட்டம்

இயற்கையான சுற்றுச்சூழலின்
சுவாசத்தில் வாழவே
குரல்கொடுத்திடுவோம்மே..
கல்வியில் மேன்மேலும்
தொடர்ந்து இணைந்திட
குரல் கொடுத்திடுவோம்மே..
சுதந்திரமாக உலகத்தில்
சாதனைப் பெண்ணாக
முன்னேற குரல் கொடுத்திடுவோம்மே..
பொது சேவை செய்யும் நல்லுள்ளத்திற்குக் குரல்
கொடுத்திடுவோம்மே..
பொறாமை என்ற எண்ணத்தை
வளராமல் தடுத்திடுவோம்மே..
நல்லெண்ணத்தோடு
வாழ்ந்து நற்சேவை பணிபுரிந்திட
குரல் கொடுப்போம்மே..
பிஞ்சு நெஞ்சில் ஆணிவேராக
நல்ல செயல்களை
வளர்த்திடுவோம்மே..

இரு கரங்களை உயர்த்தி
அன்னைக்கு அன்பான
குரல் கொடுத்திடுவோம்மே..

உறவுகளோடு ஒன்றிணைந்து
ஒற்றுமையோடு வாழ
குரல் கொடுத்திடுவோம்மே..

சமூகத்தில் நடக்கின்ற
அநியாயத்திற்கு
குரல் கொடுப்போம்மே..

கனவுகளோடும் வாழ்கின்ற
மாணவர்களின் முயற்சிக்கு
குரல் கொடுத்திடுவோம்மே..

சுட்டெரிக்கும் வெயிலில்
உழைக்கின்ற விவசாயிகளுக்கு
குரல் கொடுத்திடுவோம்மே..

தடைகளைத் தடைத்தெறிந்து
குறிக்கோள் அடையவே
குரல் கொடுத்திடுவோம்மே..

தனக்கென்ற வேலியில்
தனிமையில் அல்லல்படும்
பெண்மைக்குக் குரல்
கொடுத்திடுவோம்மே..

இளம்பருவத்தில் சாதனை
பல புரிய இளைஞர்களுக்கு
குரல் கொடுத்திடுவோம்மே..

இலட்சியத்தோடு வெற்றி பெற
முயற்சிக்கு குரல் கொடுத்திடுவோம்மே!.
நம்மோடு துணையாய்
வாழ்கின்ற பந்தத்திற்கு
உயிர் கொடுப்போம்...

மா.வீரலட்சுமி
தூத்துக்குடி

சரியாக இருப்பவனை தான் இந்த சமுதாயம்
சரி இல்லை என்கிறது
கண்ணியமாக இருப்பவனை தான்
பிழைக்கத் தெரியாதவன் என்று சொல்கிறது
எளிமையாக இருப்பவனை தான்
கஞ்சன் என்று ஏளனம் செய்கிறது
உண்மையாக இருப்பவனை தான்
சிடுமூஞ்சி என்கிறது
சட்டப்படி நடப்பவனை தான்
வட்டமிட்டு வதைக்கிறது
தீய பழக்கம் இல்லாதவனை தான்
நோயும் தீண்டுகிறது
நல்லது நினைப்பவனை நமது சமுதாயம்
இளிச்சவாயன் என்று நக்கல் அடிக்கிறது
தானுண்டு தன் வேலையுண்டு இருப்பவனை தான்
மானமற்ற கோழை என்கிறது
தூற்றுவோர் தூற்றட்டும் போற்றுவோர் போற்றட்டும்
தூய வழியில் நீ நட
எதற்கும் கலங்காமல் எதற்கும் சுணங்காமல்
சுயபரிசோதனை செய்து கொள்

நான் இப்படித்தான் என்பதில்
நமக்கு தற்பெருமை அதிகம்
நமது தற்பெருமை நம்மோடு போகட்டும்
காண்பவருக்கு ஆணவமாக தெரியும்
கண்டு உணர்ந்தவர்களுக்கு
நம் ஆளுமை புரியும்
ஒவ்வொரு மகனுக்கும்
அப்பாவின் ஆளுமை புரியும் போது - அவர்
அருகில் இருப்பதில்லை
புரட்டப் படவில்லை என்று புத்தகங்கள் என்றும்
புலம்புவது இல்லை
கண்டெடுத்து கையிலெடுத்து புரட்டிப் பார்க்கும் வரை
புதையலாகவே - நம்மை
கண்காணித்தபடி பல நேர்மையான
மனிதர்களும் ரசிக்கப்பட வேண்டிய
புத்தகங்களே

கவித்தேடல் எம்.மொய்தீன், சென்னை

ஆணும் பெண்ணும் ஒன்னென்று
உரிமைக்குரல் கொடு
அடிமை சங்கிலியே அறுக்க
உரிமைக்குரல் கொடு
தன்னுடைய வாழ்க்கை இணையரை
தேர்ந்தெடுக்கும் பெண்ணின்
உரிமைக்குரல் கொடு
கற்பு என்பது பெண்ணுக்கு மட்டும் கவசம் உடை
என்னும் தடுப்பு சுவர் உடைக்க
உரிமைக்குரல் கொடு
புத்தகம் படிக்க
உரிமைக்குரல் கொடு
புதிய படைப்புகள் படைக்க
உரிமைக்குரல் கொடு
கனவுகளை நினைவாக்க
உரிமைக்குரல் கொடு
சமூகத்தில் ஏற்ற தாழ்வு படிக்கட்டுகள் அகற்ற
உரிமைக்குரல் கொடு

கற்பனைகளை வைத்து - நிஜ

மனிதர்களை ஒதுக்கும் முறையே ஒழிக்க

உரிமைக்குரல் கொடு

இந்த உரிமைக்குரலுக்கு

சமூகம் கொடுக்கும் குரல்

ஊர் சுற்றும் உதாரி என்று சிரித்த படி கடந்து விடுங்கள்

உரிமைக்குரலின் துண்டறிக்கையே

அடுத்தவரிடம் கொடுப்பதற்காக

உரிமைக்குரலுக்கு இயங்குவது தான் வாழ்க்கை

இயங்காமல் தேங்குவது மரணத்திற்கு சமம்

ச.திராவிட முருகன்

சேலம் மாவட்டம்

திருடியவன் திருடன் என்றான்
திருட்டுக்கு துணை நின்றவன்...!!
வங்கிகள் வைப்பு நிதிகள்
தனியார் நிறுவனத்திற்கு மட்டுமே...!!
மக்களின் வரி சுரண்டப்படுகிறது
தனியார் நிறுவனம் உயர்த்தப்படுகிறது...!!
முதலீடுகள் செய்ய அழைக்கும் இந்தியா
முதுகெலும்பை தாரை வார்க்கிறது...!!
சட்டங்கள் மக்களை வஞ்சிக்கிறது
அரசியல் ஏமாற்றுகிறது வாக்குறுதிகளாக...!!
எல்லை தாண்டிய பேச்சுரிமை
பகையை வளர்க்கும்
போரையும் உருவாக்கும்...!!
இந்திய நாட்டிற்கு நல்லதல்ல இவை யாவும்
வளர்ச்சிப் பாதைக்கு வழியுமல்ல...!!
ஊழல் மிஞ்சிவிட்டது
மக்களின் வாழ்வாதாரம் மாறிவிட்டது
வரிகளின் பெருக்கத்தால்...!!
உரிமைக்குரல் வெற்றியின் முதல் படி
போராட்டமே வெற்றிப்படி...!!

இளமாறன்
புதுக்கோட்டை

உயிர் எனும் வேட்கையில்
உலகாளும் நாட்களில்
உரிமை எனும் சுதந்திரத்தை
ஊட்டிவிடுவது யாரோ?

தேசம் எங்கும் நடை போட
தேகம் நுழையா இடம் கூட
இடம் அறிந்து செயல்பட
கற்று கொடுத்தது யாரோ?

நீ பிறந்த இவ்வுலகில்
நினைத்தப்படி வாழ்வதற்கு
நிரந்தரமில்லா மண்ணை
விதைத்தது யாரோ?

பிறந்த மண்ணை விட்டு செல்ல
பிறப்புகளை பிரிந்து செல்ல
பெண் எனும் உரிமைக்கு
குரல் கொடுத்தது யாரோ?

என் நாடு என் தேசம்
உரிமை கொள்! உலகை வெல்!

மா.சிவக்குமார்
நாமக்கல்

தன் உரிமைக்கு குரல் கொடு
தமிழ் மகனே
உரிமைக்கு குரல் கொடு
அடியாத மாடு படியாதென்று
பிரம்பால் அடித்தால் - அன்னை
அத்தன் ஆசிரியனே ஆனாலும்
உரிமைக்கு குரல் கொடு
மிளகில் பப்பாளி விதை வைத்து கலப்பட உலகின்
வியாபாரியை உமிழ்ந்து
உரிமைக்கு குரல் கொடு
சொந்தம் என்ற போர்வையில்
சொத்து பிரிக்காமல் - பந்தம்
காட்டி பிரிவினையில் மந்தம் காட்டிட
உரிமைக்கு குரல் கொடு
மாட்டுப்பெண் வீட்டுக்கு வந்தவுடன் மாமியார்
மாட்டை அடிப்பது போல் அடித்தால்
உரிமைக்கு குரல் கொடு
இந்திய திருநாட்டை பிரிவினைவாதம் புகட்டி
அந்நிய சக்திகள் பிரிக்கக்கண்டால்
உரிமைக்கு குரல் கொடு
பண்பாட்டை கெடுக்க நாகரிகமென்ற பேரில்

கூத்து கொண்டாட்டம் செய்தால்
உரிமைக்கு குரல் கொடு
கண்காணிக்கும் காவலர் சட்டம்
காக்காமல் கண்டபடி வதைத்தால்
மனித உரிமைக்கு குரல் கொடு
தமிழுக்கு இழுக்கோ அதன் வளர்ச்சிக்கு பங்கம்
வந்தாலோ தமிழை பழிக்க கண்டாலோ
உரிமைக்கு குரல் கொடு
அநீதி கண்டால்
யாராயினும் பேதம் பார்க்காமல்
நிந்தித்து சத்தியம் நிலைநாட்ட
உரிமைக்கு குரல் கொடு
தமிழ் மகனே
உரிமைக்கு குரல் கொடு
பெருமை திறமையின்
அருமை பாதித்தால்
உரிமைக்கு குரல் கொடு

ர.நாராயணன்

எடையர்பாளையம், கோவை

குரல்கொடு குரல்கொடு
தன் உரிமைக்குக் குரல்கொடு
தானென்ற அகந்தையின்றி
தரணியின் நலனுக்கென குரல்கொடு!

பேச்சுரிமைத் தானுண்டு
பேதமின்றி பேசவேண்டுமென்று
பேரறிஞர்களுக்கும் பேச உரிமையுண்டு
பேருலகில் நீயும் பேச உரிமையுண்டு!

தாய்மொழிக் கல்வி கற்க உரிமையுண்டு
தமிழ்வழி கல்வி வளர வேண்டுமென்று
செம்மொழியை கற்க உரிமையுண்டு
செங்கதிரவனை போல் எழ உரிமையுண்டு!

தாயும் நமக்கு சேயுமுண்டு
தாழ்வு மனமின்றி வாழவேண்டுமென்று
தரவரிசையில் முதலில் இடமுன்று
மங்கையர்களுக்கு இங்கே சம உரிமையுண்டு!

ஜெய.இராமச்சந்திரன்

தென்னம்பாக்கம், கடலூர்

கடவுள் படைப்பில்
ஆணும் பெண்ணும்
சமம் ஆனால்
பெண்குழந்தைக்கு மட்டும் கருகலைப்பு
கள்ளிப்பால்
இத்தகைய அவலநிலைக்காகக்
குரல்கொடு.....

பாலியல்கொடுமை
குழந்தைமணம்
மறுமணமறுப்பு
கட்டாயமணம்
வரதட்சனை எனச்
சிக்கித்தவிக்கும்
பெண்ணினத்திற்காகக்
குரல்கொடு.....

கல்வி புறக்கணிப்பு
பணிபாதுகாப்பு இன்மை
கருத்துச்சுதந்திரம்
அற்றநிலை.....
பெண்ணடிமைத்தனம்
மூடநம்பிக்கை
இவற்றின்

விடுதலைக்காகக்
குரல்கொடு.....
தனிமனித
மாண்பில் தன்மானம் காத்திட
தரணியில்
பெண்ணின்
அடையாளத்தை
நிலைநாட்ட குரல்கொடு.....

பெண்ணின் நலம் காத்திட
ஆண் பெண் சமம்
என்பதை
உலகறிய புதியதோர்
சமுதாயம் படைக்க
விண்ணில் தோன்றும் முழக்கம்போல்
பெண்ணே குரல்கொடு.....
உன்குரல் ஓங்கி ஒலிக்கட்டும்.....

முனைவர் அ.ஜோஸ்பின் புனிதா
அரசு மகளிர் கலைமற்றும் அறிவியல் கல்லூரி
ஓரத்தநாடு
தஞ்சாவூர்மாவட்டம்

தன் உரிமைக்காகக் குரல் கொடு
தமிழா தன் உரிமைக்காகக் குரல் கொடு
தமிழ் தரணியாளக் குரல் கொடு
உலகின் முதல் மொழி
தமிழென உண்மையை
உலகிற்கு உரைத்திடு
இலக்கண இலக்கியங்கள்
இவ்வுலகம் கண்டது
தமிழால் என்பதைப் பறைசாற்றிடு
யாதும் ஊரே யாவரும் கேளிர்
ஒன்றே குலம் ஒருவனே தேவன்
உண்மையை உரைத்தது தமிழ்
அறம் பொருள் இன்பம்
கண்டது தமிழ்
இயல் இசை நாடகம்
இயம்பியது தமிழ்
தமிழுக்கும் தமிழர்க்கும்
தீங்கு எனில்
உரிமைக்காக ஒன்றுபட்டுக் குரல் கொடு
மனித இனச் சொத்தான
திருக்குறளை அனைவர்க்கும் கொடு
மனிதம் தழைக்கட்டும்.

சரசுவதி நடேசன்
மலேசியா தமிழ் இலக்கியக் கழகம்
மலேசியா

உரிமைக்குக் குரல்கொடு!
உயரியத்தின் நெறியொடு!
சரிசெய்யப் பயம் விடு!
செயல் தூய்மைக் கண்டிடு!
தமிழனாக தலையெடு!
தரணிக்குள் மிளிர்ந்திடு!
அமிழ்தமாக இனித்திடு!
அரண்போல இருந்திடு!
உறக்கத்தை விடுத்திடு!
உன்சுயத்தைக் காத்திடு!
உறவுக்குத் தோள்கொடு!
உண்மையை வார்த்திடு!
யுத்தத்தை விலக்கிடு!
யுகத்தின்கறை துலக்கிடு!
நித்தம்உரை நேர்படு!
நிகரற்று வேர்விடு!
திட்டத்தைப் பகுத்திடு!
திடம்வீரமுட் புகுத்திடு!
கட்டத்தை வகுத்திடு!
கடமையை நிகழ்த்திடு!
பழமையைத் துரத்திடு!

பயணத்தில் திறம்படு!
இழந்தவற்றை மறந்திடு!
இயன்றவரைப் பறந்திடு!
விடுதலையைப் பெற்றிடு!
விளங்கும்வரைக் கற்றிடு!
கடுஞ்சினத்தை அற்றிடு!
களங்கமின்றி வீற்றிடு!

சோமதேவன் சோமசன்மா
ஜொகூர், மலேசியா

அற்றவை நீங்கி அறம் காக்க,

ஆதங்கம் நீங்கி ஆற்றியிருந்து,

இல்லறம் காத்து இறையன்பு பேண,

ஈதல் கொண்டு இசைபட வாழ்ந்து,

உற்றவை கொண்டு ஓங்கி வாழ,

ஊழின் வலிமையில் புரிதல் கொண்டு,

எண்ணம் யாவும் எளிதில் செயலாக்க,

ஏற்ற வாழ்வில் ஏறு கொண்டு ஏறி,

ஐம்புலன் அடக்கி ஆழ் தியானம் செய்து,

ஒவ்வொரு கணமும் ஓய்வில்லாமல் உழைக்க,

ஓம்புதல் என்ற தமிழ்ப் பண்பு கொண்டு,

ஔவை தமிழில் ஓங்கிச் சிறந்து,

கற்றல் மேம்பட கவிதை பாடி,

சட்டங்கள் யாவும் மேம்பட திறந்து,

ஞாயிறு போற்றும் நாயகி போல,

தன்மானம் காத்து தழைத்து விளங்கிட,

நன்னலம் கொண்டு நன்னெறி போற்றி,

பார் போற்றும் பங்காளராக,

மனிதத்தின் மனதை மேன்மையாக்கி,

யாதும் ஆகி யாவரும் போற்றும்,

ரணத்தில் கூட ரம்யம் காக்க,

வண்ணமயமாக வாழ்வை ஆக்க,

'ழ'கரம் போல் சிறப்பாக வாழ,

குரல் கொடு மனிதா குரல் கொடு,

உரிமைக்கு குரல் கொடு.

கவிஞர் முனைவர். சி.க.ரேணுகா

Dr.கலைஞர் அரசு கலைக்கல்லூரி அய்யர்மலை

குளித்தலை, கரூர் மாவட்டம்

பார் போற்றும் பங்காளராக,

கண்ணியம் காத்து கருணை போற்றி
எங்ஙனம் எப்படி வாழ வேண்டும் என்று
சீர்மை கொண்டு சிறந்து விளங்கி
ஞாயிறு போற்றும் ஞானம் கொண்டு
தலைநிமிர்ந்து தன்மானம் காத்து
நல்லவை செய்து அல்லவை நீக்கி
பார் போற்றும் பன்முகனாக
மண்ணில் மானம் காக்கும் மைந்தனாக
யாவரும் வாழ யாதும் செய்து
ரௌத்திரம் நீக்கி அருள் பெய்து
லாவகமாக அனைத்தும் கற்று
வளர்ந்து வாழ வளமை ஓங்க
பெற்றவை அனைத்தும் பேணிக்காக்க
உழைப்பின் மூலம் உயர்வைத் தேட
உன்னத வாழ்வை உருவாக்க
குரல் கொடுப்போம் தோழா
குரல் கொடுப்போம்

முனைவர் கி.தேன்மொழி
தமிழாய்வுத் துறை
அரசு கலைக் கல்லூரி
குளித்தலை

உரிமைக்கு குரல்கொடு
உறவே உழைப்புக்கு குரல்கொடு
உயர்வுக்கு குரல்கொடு
மனமே உன்னதத்திற்கு குரல்கொடு
உண்மைக்கு குரல்கொடு
உயிர் உய்ய குரல்கொடு
தேசம் காக்க குரல்கொடு
மனிதன் தேவை அறிந்து குரல்கொடு
மரத்தை வளர்க்க குரல்கொடு
இயற்கை வளம் காக்க குரல்கொடு
மண்ணை காக்க குரல்கொடு
மனித நேயம் வளர குரல்கொடு
நீரை சேமிக்க குரல்கொடு
நம் நிலம் காக்க குரல்கொடு
நீதி நிலைக்க அநீதி அகல குரல்கொடு
சாதி ஒழிய சமத்துவம் பெருக குரல்கொடு
ஏழ்மை நீங்கி ஏற்றம் காண குரல்கொடு
நன்மையும் உண்மையும் நிலைக்க குரல்கொடு
நாடும் வீடும் வளம்பெற குரல்கொடு
கல்வி மேம்பட கடமையை காக்க குரல்கொடு
குரல்கொடு மனிதா குரல்கொடு!

முனைவர் இரா. விஜயலட்சுமி
தமிழாய்வுத் துறை
அரசு கலைக் கல்லூரி
குளித்தலை

நிழல் போல நடந்தும்
என் இதயத்தில் துடிக்கும்
காதலுக்கு குரல் கொடு.
பயம் ஏதும் இல்லாமல் பாதையில்
தொடர்ந்து செல்ல குரல் கொடு.
பெண் என்ற போதும் சுதந்திரமாக
நினைத்ததை சொல்ல குரல் கொடு.
அவமானங்கள் சுற்றினாலும்
மற்றவர்களின் ரசித்து பழகும்
கேவலமான எண்ணத்தை
சுட்டு எரிய குரல் கொடு.
வேடிக்கைப் பொருளாக நினைக்கும்
பெண்ணை அந்த நினைப்பைக் கொலை செய்ய
குரல் கொடு.
கால சக்கரத்தில் பயணம் செய்த போதும்
நம்மோடு யார் வேண்டும் என முடிவெடுக்க
குரல் கொடு.

நல்ல எண்ணங்களை சுற்றி

நம் நெஞ்சோடு கடந்து செல்ல

குரல் கொடு.

பிள்ளைகளின் வாழ்வில்

கவனமாக வழி நடத்த அடியோடு

உன் உரிமைக்கு குரல் கொடு.

உரிமை என்பது செயலிலே வேண்டும் என்பதற்காக

உன் கைகளை எழுப்ப குரல் கொடு.

ஒருவன் உரிமைக்கு குரல் எழுப்பினால் மட்டுமே அடுத்த

நிற்பவன் தன் குரலுக்காக முன்னுக்கு வருவான்

நீ நினைப்பதை விட உன் மனதோடு சேர்ந்து நின்றால்

மட்டுமே வெற்றி அடைய முடியும்.

நல்லதை நினைத்து உன் குரலுக்கு உரிமை

சேர்த்துக்கொள்.

சினேகா பிரகாஷ்

கசிந்துருகும் கண்ணீருக்கு பஞ்சமில்லை
ஒரு வாய் சோற்றுக்கு வழியில்லை
ஓயாது பெய்யும் மழைக்கு ஒதுங்க இடமில்லை
கவலைகளை பகிர்ந்திட எவருமில்லை
தனிமை நோய்யினை தீர்த்திட மருந்துமில்லை
கோபம் கொள்ள வழியுமில்லை
கத்தி கூப்பாடு போட உறவுமில்லை
எதிர்வரும் நாட்களின் எதிர்பார்ப்புமில்லை
கவலைகள் ஆயிரம் கொட்டிக்கிடக்க
ஆதரவற்று கிடக்கும் மக்களாய்
கல்வியின் சுவாசத்தை அறியாது
சாலையின் ஓரமாய் உண்டுறங்கும்
வறியவர்களின் வாழ்விற்காய்
குரல் கொடுப்போம்
நாம் என்றேனும் ஒரு நாள் அவர்களின் வாழ்வு மாறும்
என்ற நம்பிக்கையில்....

நித்யஸ்ரீ கோபாலகிருஷ்ணன்
முதுகலை ஆங்கிலம் முதலாம் ஆண்டு மாணவி
MIT மகளிர் கலை மற்றும் அறிவியல் கல்லூரி, முசிறி
திருச்சி

உரிமையை பெருவதற்காகவே சிம்மாசனங்களை
தலையில் சுமந்து கொண்டு
காத்திருந்த தலைவர்களோ இங்கில்லை
தற்போது உள்ள தலைவர்களோ
நிழல் போல் இருந்து செயல்படும்
மனித பணபேய்கள்
ரூபாய்க்கு அல்லவா விற்றோம்
நம் ஒட்டு - இப்போது
கண்டுகொள்ளவே இல்லையே வெற்றி பெற்று
மண்ணில் பிறக்கும் ஒவ்வொரு குழந்தையும்
போராட்டத்தை தான் சந்திக்கும் வினோதம் இன்று
பத்தாவது படிக்கும் சிறுமியும் கண்டால்
அவளது மேனியில் பல காயங்களின் தழும்பினை
பாலியல் தொந்தரவினால்
காவலுக்கு வந்த காக்கிச்சட்டையும் கலைத்து போயின
மக்களுக்கு குரல் கொடுக்க மறந்து போயின
எதுவும் இங்கே நிரந்தரமில்லை
இது மக்களுக்கு புரியாமலும் இல்லை
இனியாவது
உரிமைக்கு குரல் கொடுப்போம் வாரீர்

செ.திவ்யபாரதி M.Sc..,M.Phil

இறைவனின் படைப்பில்
அனைவரும் ஒன்று
இதை மனிதா உணர்ந்தால்
அனைவருக்கும் நன்று.
உயர்ந்தோர் தாழ்ந்தோர்
வேறுபாடு கண்டு
வாழ்ந்தால் சமத்துவம் பேசும்
தனிமனிதக் குரல் எங்கு?
கல்வி வேண்டும் அனைவருக்கும்
காமராசர் கனவில் அன்று..
கல்விக்கான தொகை விற்க,
பேரம் பேசும் நிலை இன்று..
ஒடுக்கப்பட்டவர்களைப் பாதுகாக்க வந்த
கடுமையான சட்டம்
கோயில் கருவறையில்
பிராமணர்களுக்கு விடுதலைச் சட்டம்

பொருளாதாரம் நலிவுற்றவர்களுக்கு
உரிய உரிமைச்சட்டம்
ஒரு புறம் பொருளாதாரம்
குவிப்பவர்களுக்கு இல்லை அச்சட்டம்.
சட்டத்தின் முன் சமநிலை
சற்று எட்டிப் பார்த்தேன்
கண்கட்டி நின்றாள்
நீதி தேவதை
மனங்களால் செல்வங்களை
நேசிக்க
கால்களால் மனிதமாண்பை
மிதிக்கிறோம்.
கடவுளின் பக்தர்யென்ற பெயரில்
மனிதர்களை ஒதுக்கி வைத்தோம்
கடவுளை கல்லாக்கி..
அடித்தட்டு மக்களின் உரிமைக்கும்
சமத்துவ மக்களின் கல்விக்கும்
குரல் கொடுத்த தலைவர்கள் நின்றனர்
தெரு வீதியில் சிலையாய்.....
சமத்துவ சமூகத்தில்
சரிசம நிலை நடக்க
தனி மனித குரல் ஒலிக்க
சம ஆட்சி தோன்ற
மக்களின் மனதில் மகிழ்ச்சி....
அசந்து பார்த்தேன்

வெற்றிடமாயிருந்தது.
ஓ! கண்டது கனவோ!
கனவான நிலையில்
கரையான சமூகத்தில்
எங்கோ ஒலித்தது
யாதும் யாவரும் கேளிர்.....
ஆம்! நம் தனிமனிதக்குரலும்
வெறும் வெற்றுக்குரலே!

முனைவர் கு. புஷ்பாவதி
உதவிப்பேராசிரியர்
சீதாலட்சுமி இராமசுவாமி கல்லூரி, திருச்சி

கருவிலிருந்தே ஆரம்பிக்கும்

உரிமைக்குரல்

கருவறை திறந்துவிடு என்று உதைக்கின்றதே

சிசு அதுவே அதன் முதல்

உரிமைக்குரல்...

தன் பசியை நீக்கிவிட

அழுது தெறிக்கின்றதே

அதுவே உரிமைக்குரல்...

வேண்டும் வேண்டாம் என்பதை

அதன் மொழியில் மறுக்கின்றதே அதுவே அதன்

உரிமைக்குரல்

கனவுகள் நசுக்கப்படும் பொழுதும்

வாழ்க்கை வலுவிழக்கும் போதும் உணர்ச்சிப்

பொங்க எழுந்திடும் காளையரின்

உரிமைக்குரல் ...

பெண்தானே எனும் போதும்

பெண்மையின் இலக்கணம்

கற்புநிலை என்று பிதற்றும்

பொழுதும் திமிறி எழுந்திடும்

மங்கையரின் மாசற்ற

உரிமைக்குரல்...

ஓங்கி ஓங்கி மிதிக்கும் சமூகம் எனினும்

ஓயாமல் ஒலிப்பது உழைப்பாளனின்

உரிமைக்குரல்...

வயதாகி தள்ளாடும் பொழுதும்

சாய்ந்திட தோள் தேடும் பொழுதும்

தேய்கின்றது மூத்தோர்களின்

உரிமைக்குரல்...

கருவிலிருந்தே தொடங்கும்

உரிமைக்குரல்

கல்லறை வரை நீளும்

உரிமைக்குரல்...

காலங்கள் மாறினாலும்

காட்சிகள் மாறினாலும்

கேட்போர் இருந்தாலும்

கேட்பாரற்று இருந்தாலும்

மாறாமல் ஒலிப்பது

மனிதனின் உரிமைக்குரல்...

மனித வர்க்கத்தின் ஆணிவேர் உரிமைக்குரல்...

முனைவர் ம.லெ.இராஜேஸ்வரி

தமிழ்த்துறை

காமராஜ் கல்லூரி, தூத்துக்குடி

மண்ணில் போட்ட வித்தானது முட்டி

மோதி வெளிவந்து முளைவிட்டு

செடியாகி மரமாகி பூ பூத்து

காய் காய்த்து பழம் கனிந்து

பயன் கொடுக்கின்றது

தன் உரிமை இது தகைசான்ற

பெரியோரே என்கின்றது

ஆகாய மார்க்கம் எனதுரிமை என்று

முட்டையினின்று வெளிவரும்

புள்ளினம் முயன்று கற்று

விண்ணில் உலவுகிறது

தன்னுரிமை இது என்று...

சிறுத்தையின் கூர்நோக்கு பார்வைக்கு தப்பிய

விலங்கொன்றில்லை தன்பசியாற்றுகிறது...

தன்னுரிமை இதுவென்று

மனிதா

ஓரறிவுயிர் முதல் ஐயறிவுயிர் வரை

மண்ணில் தோன்றி

தன்னுரிமை இது என்று நிலைநாட்டுகிறது.

இன்னும் ஏன் தயக்கம் எந்த இடத்திலும்

எவ்வளவு இடர் நேர்ந்தாலும்
உன் உரிமைக்கு போராடு
உன் உரிமை இதுவென்று
உரத்த குரல் கொடு
யார் என்ன செய்து விடுவார்கள்
தயங்காதே மயங்காதே புழுவல்ல நீ...
தன்னைச்சுற்றி கூடுகட்டி தகுந்த காலத்தில்
வெளிவரும் பட்டாம்பூச்சி நீ
சுதந்திரமாக சிறகடித்திடு
உன் உரிமைக்கு குரல்கொடு...

சிவ.முத்துமீனாட்சி MA, B. Ed

தமிழாசிரியை

முத்துராமலிங்க ஆண்டவர் பள்ளி, கோவிலூர்

உலகின் ஒட்டுமொத்த இனத்திலும்
சிறந்த இனம்
தமிழினம் அதில்
ஏனோ ஜாதி பிரிவு, மதக்கலவரம்
உன் மார்க்கம் உன் உரிமை.

உன் உரிமைக்கு குரல்கொடு
பெண்ணாய் பிறப்பதற்கு
மாதவம் செய்த போதிலும்
திருமதியாக மாறுவதற்கு பொற்குவியல்
வேண்டுமோ? இதைக் கேட்டால்

பெண்மையின் திருமணம் நின்றுவிடுமோ?
யாருக்கு எதைக் கொடுக்க
வேண்டும் என்பது உன் உரிமை
கன்னியின் இடுப்பு காமத்தை தூண்டியதாம்!
விடலையின் மார்பு மோகத்தை தூண்டியதாம்,
பிறந்த குழந்தையின் மேனி எதை தூண்டியதோ
கசக்கி எரியப்படுகிறார்கள்
கடவுளின் உருவங்கள் இங்கே
உன் இனத்தின் பாதுகாப்பை கேட்பது
உன் உரிமை

உழைப்பவன் இங்கு தேய்கிறான்,

சுரண்டுபவன் இங்கு வாழ்கிறான்,

உழைப்பே உயர்வு என்ற போதிலும்

ஏன் இன்னும் ஏழை ஏழையாகவே உள்ளான்.

உழைப்பின் உரிமை உன்னுடையது அதை யாராக

இருந்தாலும் கேட்டு பெற்றிடு

ஓடி தேய்ந்தவன், வாடி போனவன்,

தேடிப்போன இடமோ வாங்கிக் கொள்கிறது

உயிரை வாடகையாக

தரமான கல்வி உண்டு என்ற போதிலும்

ஏனோ தரமான மருத்துவம் இல்லை

உன் உயிரின் பாதுகாப்பு உன் உரிமை

வியர்வை சிந்தி உயிரை உருக்கி

உழைக்கும் கரத்திற்கு உழைப்புக்கேற்ற

ஊதியமின்றி கடனால்

கயிற்றில் கழுத்தை நுழைக்கிறான்

விவசாயி அதைக் கேட்பதற்கு

சோற்றை திண்ணும் மனிதன்

இல்லையோ? அதை கேட்கும் கடமை நம்முடையது

சிவனில் பாதி சக்தி, பெண்ணே பெருமை,

பெண்மையே பெருமிதம், பெண்ணே தெய்வம்,

பெண்ணே இன்பம், பெண்ணே கௌரவம்

இருந்தும் பெண்ணே அடிமை இங்கு

எங்கே சம உரிமை?

காமம் கொண்டு உடல் கிழித்து

எறிந்த போதிலும் ஸ்ஸ்ஸ்...

சத்தமில்லாமல் அழுமகளே என்ற

பயம் இங்கே, அழித்த அவனுக்கோ பெருமிதம்,

அழிந்தவளுக்கோ அவமானம் யார் கூறியது

இந்த நீதியை தனக்கு நேர்ந்த

அவமரியாதையை மறைப்பதா சுயமரியாதை?

சத்தமிட்டு கேட்டுவிடு உன் உரிமையை

இனத்தில் தோன்றிய போதிலும்,

முள்ளிவாய்க்காலின் முட்கள்

இன்னும் நெஞ்சில் குத்திக் கொண்டே இருக்கும்

நிலையிலும் இங்கு வாழும் என் ரத்தத்தின்

ரத்தமான ஈழத்தமிழனின் உரிமைகள் எங்கே?

இதை பேசுவதற்கு வாய் இல்லை என் சமூகத்திற்கு

யாரோ கேட்பார் என்ற எண்ணம் நீங்கி

என் உரிமையைக் கேட்க எனக்கு

உரிமையுண்டு என்று கர்ஜித்திடு

துணிவே துணை, உரிமையே உயிர் என்று முழங்கிடு

கவிதாயினி. மு.சிதரத்துல் முன்தஹா

பட்டமும் பெற்றும் பலனோ இல்லை
பட்டியல் நீண்டிட வேலையற் றோர்நிலை
திட்டங் களரசு தீட்டி னாலும்
தெரிந்துமே மக்களும் திண்டா டுமோர்நிலை
வட்டியும் முதலும் வகையாய் ஏய்த்து
வாங்கிய முதலைகள் ஓடவெ ளிநாடு
தட்டியே கேட்டுத் தனலாய் தகித்துநாம்
தன்னுரி மைக்கு குரல் கொடுப்போம் !
ஆற்றும னலோடு கனிம வளங்களை
அள்ளியே செல்வதை தடுப்போம் துணிந்து
ஊற்றாம் பெருகும் ஊழலை ஒழித்து
உரிமையைக் காத்திட உழைப்போம் விழித்து
ஏற்றமாம் தமிழை என்றுமே காத்து
வேற்று மொழிகளை விரட்டுவோம் பழித்து
சாற்றுவோம் தீங்குகள் கடிந்து நாமும்
தன்னுரி மைக்கு குரல் கொடுப்போம் !
பெண்ணும் ஆணும் சமமென கொள்வோம்
பேசும் உரிமையை பறிப்போர் வெல்வோம்
உண்ணும் உணவினில் கலப்படம் கண்டால்
உள்ளதை அழித்து உயிர்களைக் காப்போம்
மண்ணினில் காற்றினில் ஆற்றினில் மாசினை
தோற்றிடும் தொழிற்சா லைதனை தடுப்போம்
திண்ணமாய் நதிகளை தேசிய மாக்கநாம்
தன்னுரி மைக்கு குரல் கொடுப்போம் !

து.ரா.சங்கர்
மணக்குப்பம்
கடலூர் துறைமுகம்

கூப்பிட்டு அழைக்க வேண்டாம்
வேண்டுமென அடம்பிடிக்க வேண்டாம்
பார்வையிலே நலமாய் நடந்தது
பாலகராய் இருந்த போது
தன் உரிமை
கூக்குரலிட்டாலும்
அடம்பிடித்தாலும்
நடக்கவில்லை
ஆசை நிறைவேறும்
அன்னை தந்தையால்
கனவும் நனவாகும்
கற்றுத் தந்த ஆசானால்
அடிப்பட்டால் துடிக்கும்
முதல் உயிர் பெற்றோர்
வீழ்ந்தால் பரிதவிக்கும்
முதல் உறவு சமூகம்
பிள்ளைக்காக குரல் பெற்றோரால்
மாணவருக்காக குரல் ஆசானால்
தனக்கான குரல்
உரிமை தனக்கு மட்டுமன்று
தன்னால் பிறருக்கும் ஆகுமென உணர்ந்தால்
தன் உரிமைக்காக குரல் கொடு
குறள் மொழி போல

முனைவர் ஜெ.ஜெயபிரியா
உதவிப் பேராசிரியர்
தமிழ்த்துறைத் தலைவர்
சீதாலட்சுமி இராமசுவாமி கல்லூரி, திருச்சி

அகர உயிராய் தொட்ட
தமிழை சுவாசிக்க
குரல் கொடு!
வீர மங்கையாய் சிறக்க
எதிர்காலத்தில்
முழக்கமிடு!
அடிமை எதிர்த்து
புதுமை மலர
குரல் கொடு!
அகம் மறந்து
புறம் வெளிப்பட
முழக்கமிடு!
எல்லாம் சிலநாட்கள் என
எண்ணம் மறந்து
குரல் கொடு!
மாதவமே
நாம் பெற்ற அடையாளம் என்றே
முழக்கமிடு!
என்றும்
தன் உரிமைக்காக
மட்டுமல்லாமல்
நாம் என்ற உரிமைக்காக
குரல் கொடு!

ரேவதி ஸ்ரீதர்
சேலம்

என் இனமே! பெண் இனமே!

தன் உரிமைக்கு குரல் கொடு

குடும்பத்தில் அங்கமாய் இரு

அடிமையாய் ஆகாதே!

அனைவரிடமும் அன்பாக இரு

வம்பிலே மாட்டிக் கொள்ளாதே!

முழுமையைச் சிதைத்து

கூறு போடாதே!

உறவுக்காய் விட்டுக் கொடுத்தேன்

என்று விழிகளை விரிக்காதே!

பெண்ணடிமை வேரினை

உனக்குள் வைத்து

பெண்ணியம் பேசுதற்கு

மேடைகள் ஏறாதே!

ஆணுக்கு அகிலத்தை எழுதி வைத்து

பெண்ணுலகு காண ஆசைப்படாதே!

வண்டியில் மாடுகளாய்

மாட்டிக் கொள்ள

மாலையைக் கழுத்தில்

பூட்டிக் கொள்ளாதே!

வரனுக்குத் தட்சணை தந்துவிட்டு

வாழ்க்கைககு அங்க பிரதட்சணம் செய்யாதே!

சாதியென்னும் சகதிக்குள்

மூழ்கிக் கொண்டே

நல்ல சந்ததியை

உருவாக்க எண்ணாதே!

ஓட்டுக்காக காசு வாங்கி

போட்டு விட்டு – உன்

உரிமைக்கு வேட்டு வைத்துக் கொள்ளாதே!

முன்னோர் பொழிந்த

அறங்களை மறந்து

எண்ணில் அடங்காத

இன்னலை அடையாதே!

கண்ணுக்கு நேராகக்

காணும் சிறுமைகளைக்

கண்டிக்க மறுத்து

வெற்றுக் கல்லாகாதே!

கல்விக்குக் காசு வாங்கும்

கயமையை ஒழிக்க

கடும் சொல்லென்னும்

வில்லெடுக்கத் தயங்காதே!

பெண்மையின் மானத்தைச்

சோதிக்க நினைக்கும்

கயவரின் மூச்சை நிறுத்திவிடு!

மழலை பிஞ்சுகளின் வாழ்வில்

நஞ்சினைத் தூவும்

நெஞ்சினை அஞ்சாமல் - உன்

நகங்களால் நாராய்க் கிழித்து விடு!

சாதித்துத் திரும்பும் உன்மேல்

ஆதிக்கம் செலுத்துவதை – சற்றும்

தயங்காமல் தடுத்துவிடு!

பூமிக்கும் பூவுக்கும்

உவமைகள் சொல்லி

உன்னை மண்ணுக்குள்

புதைக்க எண்ணும்

ஆணவக் கனவை – நீ

சாதனை விடியலாய்க் கலைத்துவிடு!

விளக்கின் வெளிச்சம் நாடி

வீழ்ந்து மடியும் விட்டில் பூச்சியல்ல

விண்ணைக் கிழித்து விரைந்து செல்லும்

ஏவாத ஏவுகணை நீ!

மானாய் மீனாய் மருளும்

மங்கை அல்ல

பேனா பிடித்து நிமிர்ந்து நடக்கும்

புதுமைப் பெண்ணெனும்

மகுடம் தாங்கிய தங்கம் நீ!

விழியில் கண்ணீர் தாங்கும்

கோழையென்னும் ஏழை அல்ல
கண்ணில் கனல் ஏந்தும்
வீரமுள்ள மானத் தமிழச்சி நீ!

நெருப்புக்கும் அக்னி திராவகத்திற்கும்
முகம் கொடுக்கும் பேதையல்ல
அவைகளைக் கைகளில்
ஏந்தி வரும் அரக்கர்களை
பந்தாடித் துண்டாடும்
கொற்றவை அம்சம் நீ!

பாதகம் செய்யும் பாவியை – உன்
பாதங்கள் தொட்டு வணங்கச் செய்யும்
சீரும் சினமுள்ள சிங்கப்பெண் நீ
உன் உரிமைக்கு குரல் கொடு
தன் உரிமை கோரும் மனிதியே
தரணியை ஆளும் தகுதியை அடைவாய்
தன் உரிமைக்கு குரல் கொடு!

முனைவர். ம. ப. தமிழ்ச்செல்வி
இணைப் பேராசிரியர்
தமிழ்த்துறை
சீதாலட்சுமி இராமசுவாமி கல்லூரி, திருச்சி

நம் உரிமைக்கு - ஒரு

கவி உலகை அசத்தும் புதுக்கவி

வாழ்க்கை சிறக்க

உன் துணிவுக்கு குரல் கொடு

உன் துன்பம் நீங்க

உன் தொழிலுக்கு குரல் கொடு

உழவு தொழில் சிறக்க

விவசாயத்திற்கு குரல் கொடு

சட்டம் ஒழுங்கு சீர்பட

காவல்துறைக்கு குரல் கொடு

அன்னை தமிழை வாழவைக்க

பிற மொழிகளை அகற்ற குரல் கொடு

தலைக்கனத்தை விட்டு

நம் உறவு செழிக்க குரல் கொடு

கட்டண உயர்வை கண்டித்து

கட்டாயம் குரல் கொடு

காசில்லா வாழ்க்கைக்கு

கடமையை செய்து குரல் கொடு

கஞ்சம் இல்லாத வாழ்வுக்கு

கட்டாயம் குரல் கொடு

கருப்பு ஆடை அணிந்தவர்க்கு

கசிந்துருகிப் குரல் கொடு
கங்கை நீர் காவிரி வர
கட்டாயம் குரல் கொடு
படிக்காத மேதைக்கும்
பசி உள்ள ஏழைக்கும் குரல் கொடு
வாடிய பயிருக்கு வராத
காவிரிக்கும் குரல் கொடு
குற்றங்கள் குறைய
குறைகள் தீரவும் குரல் கொடு
நியாயமான நீதிக்கும் நிறம் மாறாத
நிலக்கரிக்கும் குரல் கொடு
ஏழையின் ஏழ்மை நீங்க
ஏகாந்த குரல் கொடு
வறுமை நீங்க வாயிலே
வசந்த குரல் கொடு
கொடுத்து குரல் அனைத்தும்
நிஜமாக குரல் கொடு
மூச்சு உள்ளவரை நம் உயிர்வாழும்
பேச்சு உள்ளவரை நம்முடைய மொழி வாழும்
இனி எப்பிறப்பினும்
தமிழனாக பிறக்க ஆசைப்படுகிறேன்

கவிவேந்தர். ந.விக்ரம்

இளங்கலை மூன்றாம் ஆண்டு தமிழ்த்துறை

குளித்தலை, கரூர்

வீறு கொண்டு எழு மனமே
வீறு கொண்டு எழு மனமே
அநீதியை எதிர்த்து
நெஞ்சம் நிமிர்த்து
நியாயத்தை ஆதரித்து
பகைவரை ஒழித்து
உரிமையை நிலைநாட்ட
கடமையை செய்து
பிறர்க்குத் தலை வணங்காமல்
நிமிர்ந்து நின்று
அகிம்சா வழியில்
தீமையை எடுத்துக்கூறி
உரிமையைக் கோரி
இலக்கை அடையும் வரை
களத்தில் இருந்து போராடி
உண்மையை மற்றவர்க்கு உணர்த்தி
சொல்லை செயலாக்கி
உன் குரலை உயர்த்தி
தனது உரிமையை வலுப்படுத்தி என்றும்
தன் உரிமைக்காக குரல் கொடு...

கவிஞர் கா. அண்ணாமலை
தேவகோட்டை

விவசாயத்தில் களை எடுத்தால் போதாது
மனிதனின் மனதையும் விலை போகாமல்
களையெடுக்க வேண்டும்.
தேர்தல் வந்தால் கையில் ஊர்தல் வருகிறது
ஓட்டுக்கு ஏன் நோட்டு - அதை
வாங்குவதை நீ மாற்று,
நல்ல தலைவனை தேர்ந்தெடு
நாட்டின் வளமைக்கு வழிகோடு
மனிதனுக்கு முக்கியம் முதுகெலும்பு - விவசாயம்
தான் நாட்டின் முதுகெலும்பு
விளைநிலங்கள் வீடானது,

விவசாயம் சருகானது.
மரத்தை அழித்தோம்
மழையிழந்தோம்
சுவாசத்திற்கு காற்றை கூட
காசு கொடுத்து வாங்கினோம்
கரைபுரண்டு ஓடியது காவிரி நீர்

கரையுமில்லை

மணலுமில்லை,

நீருமில்லை

பாலைவனமானது காவிரி

காமராசரை மறந்தோம்;

நல்ல தலைவரை இழந்தோம்;

தலைவர் எப்படி இருக்க வேண்டும்

அவர் ஒரு உதாரணம்

நாமெல்லாம் சாதாரணம் - அவர்

இறுதி ஊர்வலத்தில் மழை முன்னே;

வாகனம் சென்றது பின்னே;

இயற்கை அன்னை தன் மகனை

இழந்துவிட்டால்; தன் துக்கத்தை

தீர்க்க மழையாக பொழிந்து விட்டாள்

G.சண்முகம் தமிழ் ஆர்வலர்

இருட்டில் இருந்து
மறைந்தது போதும்
குரல் கொடு
வெளிச்சத்திற்கு
வருவதற்காக
வாய்ப்பு கிடைக்கும்
என இருக்காதே
நீ வாய்ப்பை
உருவாக்கி கொள்வதற்காக
குரல் கொடு
உனக்காக எதுவும்
தேடி வராது
நீ தேடி செல்வதற்காக
குரல் கொடு
பாதை கரடு
முரடானது தான்.
நீ எதையும் எதிர்க்க
துணிந்து விட்டால்

துணிந்து செயல்பட
குரல் கொடு
உன்னை உலகம் போற்ற
குரல் கொடு
தோல்வி என அஞ்சி
வெற்றியை அடைய
மறவாதே
வெற்றியை அடைய
உன் உரிமைக்கு
குரல் கொடுக்க
மறந்து விடாதே
குரல் கொடு
உரிமையை பெற
குரல்கொடு
அந்நியாயத்தை எதிர்த்து
வெற்றி பெற
குரல்கொடு
மனிதா ...

செ. சுகந்தி பிரியா

B. A., B. Ed., CLIS., சேலம் மாவட்டம்